D9900485

అవతారిక.

శ్రీమదఖిలాండకోటి బ్రహ్మాండనాయకుండును శ్రీశేషాద్రినాథుండునునగు శ్రీవేంకటరమణ పదారవింద ధ్యానాధీనమానసుండగు శ్రీమన్ లింగము వేంకటరాయ మంత్రిచే రచియింపంబడిన శ్రీవేంకటరమణశతకమందలి లేఖకప్రమాదజనితదోషంబులు లేకుండునటుల పరిష్కరింపంబడియె.

కం॥ తప్పులు గల్గిన శ్రీపతి । కప్పంబై స్వచ్ఛమాటక విబుధజనముల్ । ఒప్పుగ చేకొనదగునని । యొప్పిదముగ విన్నవింతు సుబహుభణితిన్ ॥

కం॥ పాలున్నీళ్లు గలసిన । మేలుగ రాయంచ రంటిని భజించియు దా । పాలును గ్రోలు తెరంగున । మేలుగ కవివరులు దీని మెచ్చ నుతింతుర్ ॥

VIZAGAPATAM.
Printed by
V. Bhavanishankarasastry.
ARSHA PRESS. 1878.

శ్రీ వేంకటరమణాయనమః.

కందాష్టోత్తరశతకము.

కం॥ శ్రీశేషాచలవాసా। నీశేతలోనర్చ్యవారి ని
రతముఁ బ్రోవన్। గాశలమతివఁట హృదయముని। వేమఁ
దవైననన్ను గావు వేంకటరమణా॥ ౧.

సేమంబానఁగుచు భక్తుల। నిమంబునఁ బ్రోతువను
చుని న్నే మదిలోఁ। గామించిగొల్తురటని। న్నేమాయను
లించినాడ వేంకట॥ ౨.

విధిచదువులుభ్రమువ్రిలిపం। బుధిఁజొచ్చినమీనమ
గుచుఁ బాందుగదను జాణ। వధియించియుఁ బ్రోచదు
వులు। విధికిచ్చితివారమరల వేంకట॥ ౩.

అమరాసురులమృతముకై। విమల పయోరాశిఁద
రువవెనుకమంతమువై। యమరులకునమృతమిడిసురల। వి
మతుల నోడించితౌర వేంకట॥ ౪.

కనకాక్షుఁ డేచిజగముల। వనటొందఁగఁ జేయు వా
నివధియించుటకే। వనజముశేసెదవద్రిపే। ల్విన
లుకితిరూపనీకు వేంకట॥ ౫.

వీరుఁడగు హేమకశిపుం। దారయు నుతు గానిఁ బె
ట్టనటనరహరివై। భీరమున దనుజుఁ జీలిచి। వీరత్వము
జూపితౌర వేఁకట॥ ౬.

ఇలమూఁడడుగులు దానము। బలిదైత్యునివలనఁ గొ
నుచు బలియుఁడవై నీ। బలవిక్రమంబుఁ జూపితి। విలస
న్మణిమకుటధరణ వేంకట॥ ౭.

వసుధాధిపాధములవె। క్కసమగుధారమున కవ
నిగందఁగఁ జురినీ। వసము బలధార్గవుఁడవై। వెసనృప
తులఁదుంచితౌర వేంకట॥ ౮.

దశరథరాముఁడవైయా। దశముఖుఁ బరిమార్చి యను
నులదయ నేలుచునీ। యశమెల్లదిశలు నిండగ। విశద
ముగ వెలసితౌర వేఁకట॥ ౯.

బలరాముఁడవై దనుజుల। బలమెల్లను నీరు జేసి ప్రా
జ్ఞతమీరన్। ఇల నేలియుండవ వెలసితివఁట దేవ
దేవ వేంకట॥ ౧౦.

బుద్ధావతారమున నుబ్రి। బుద్ధుండన ఁనుతికె
క్కిన పురుషోత్తముడవు। దిద్ధాత్ములకూరికలను। వృ
ద్ధిఁ బొందింతువె పుడు వేంకట॥ ౧౧.

ఖలులన్ కరవాలంబున। విలయంబానరించి ధా
త్రిశనునీశున్। బలశౌర్యతేజములతో। వెలసెదవటన
న్నగాత్ర వేఁకట॥ ౧౨.

దశవిధరూపములనహ। ర్నిశము నక్షావమునఁడ

లంచి నీదగు మహిమల్ । దశదిశలను నుతి జేయుచు । దాశ
రథుగా గొల్తునేను వేంకట॥ ౧౩.

భావమునఁ దలఁచి పలుకుదురు । శౌభ్రుడనుచు నిన్నా
శేడఁ గౌతుకమొప్పన్ । శ్రీవర భోగి తిరుపతి వటవిరి ప్రీవ
నశే సేవఁజేతు వెంకట॥ ౧౪.

శేషగిరి ధాముని నుడి । భాషాపతికైనఁగాని భళ్ళ
నకునైనన్ । శేషపతికైన నీదగు । వేషంబులు బాగ
డఁదరము వెంకట ॥ ౧౫.

కలియుగమునందు శేషా । చలపతియే దేవుఁడనుచు
జగమెల్లను నిన్ । గులదైవముగా నమ్మిరి । విలసత్కా
రుణ్య విమథన వెంకట ॥ ౧౬.

నీకొమరుఁడు ముజ్జగములు । నాకులతన్ బెట్టఁబో
వ వానిఁ గదనిన్ । జేకొని దుష్కృత మెంచక । వీకన్
ననుగాఁ గరుణ వెంకట ॥ ౧౭.

వాటముగ చెంచు గరితను । నీటుగఁ జేపట్టి మిగుల
నైయ్యము తోడన్ । గూటమి దేలుచు మును నీ । కీట
ను సముడు మొందలేదె. వెంకట ॥ ౧౮.

పతిశాపమున నగౌతమ । సతి శిలగాయుండఁ దనీదు
చరణము సోఁకన్ । సతిగాను నిన్ను నుతించుచు । వెత
లఁ బాయఁగలేదె వెంకట ॥ ౧౯.

కరివల్లభుండు మకరిచే । గరచఁబడి గకేసి నవే వేఁగఁగా
ఫలుటఁగన్ । హరి హరి క్షామము ద్వేకఁ । పరవశ. బుని

బ్రోవరేద వెంకట॥ ౨౦.

యూవనులు తాననహ్నాకి। మాధమదరికాళ్ళను
సుచు మునసేర్వడం। గానమాయఖచల్లాక్రవ। నే
ద్ధరదేవదేవ వెంకట॥ ౨౧.

కపురపురటూరము తెలమిని । నిపుణతనసుదినము
సుఁసగనిత్యశ్రీశే। నృపతులబ్రోవ వెమునమున। వి
పులయశోవిభవములను వెంకట॥ ౨౨.

శ్రీరమణీవరవిభవ। వారిజములుగొల్చి తాపనామ
లునిరులన్। గోరగదిక్పతులనుగా। వీరలఁజేసితివిగద
ద వెంకట॥ ౨౩.

కమలాసనుండు నీవిశ్రామ । కామరుండైనీదుకరు
ణకోవిచుఁడగుచుమక్కు । శ్రీమముత్పసృష్టిఁజేయఁగ।
విమలముగా వెలసెజగము వెంకట॥ ౨౪.

అకటావికటములాడెకి। సకుటిలులకు నిరులా
పింగి సాధుజనులకూ । నరకయమపురమునినులుగా। విక
టమూరింజేయఁదగదె వెంకట॥ ౨౫.

సాధులకభక్తిఁజేయుచు। బాధలనొందించుఖ
లులకుంగరుణించియూ। సాధులకుంపదనని। ఖలుల
పాటిశ్రీగాద వెంకట॥ ౨౬.

అవివేకులు పూజ్యులుగా । సువివేకులసాధుతా
ముశరివారిలాఁడాశ్రీ। భవముప్పఁగొలువఁజేసితి। వి
వివేకము నెంచవలదె వెంకట॥ ౨౭.

శ్రీవిభులగంగాతోయము । లశగాహనసేయ
వారలతిపుణ్యులనఁ । శవిధినిగొల్చినవారల। విబుధ
గణులనుండుదగున వెంకట॥ ౨౮.

సంకటహరుసజ్జనులకు । శంకరుఁడనినన్న సా
ధుజనములు పొగడన్ । పంకజభవ భవరోగులు।
వేంకటవరుఁడనినుతియిరి వెంకట ॥ ౨౯

ఁలోకంబులులోకేశులు। లోకాలోకాధినాధులు
ననీదయచే। పాత్రికటబలులయ్యెఁనీ। వేళదగతివార
లకును వెంకట॥ ౩౦.

గిరులేదుసగాఁగద్రాక్షియ । నరుడుగ కడగిరిని
వెలసి యార్థం కోర్కెల్ । యరమర సేయకను సగు
చు। వెరకుడుని బ్రోతువెపుడు వెంకట॥ ౩౧.

ఇరవుగను స్వామివరపు। పుష్కరిణితీరమున భ
క్త కామితములునీ। వరుణాకర్ణబేడుసుగుచు। విరి
విగ వెలసితివివరహా వెంకట ॥ ౩౨.

అహిరాజతల్పశయనా। రహిమీరగన్ భక్తశేఖరా
శ్రితదీపా। వహా మోద మొందిబ్రోతుము। విహగకులా
ధీశవాహా వెంకట॥ ౩౩.

నలిలిగోగర్భస్థిత। నలిలంబులదోగువారి నశ
రాఘములఁ। విలయంబొందగ జేయను। వెలసిత
పీరలియగయున వెం॥ ౩౪.

నీమూర్తివఁరయక్త। శ్రీకంఠంబైనకథనుచె

లగుచు వ్రాజల్ । ప్రేమన్ జలిపెను వాకల । వేమారు
ను బ్రోతువిలను వేం॥ ౩౫.

ఆపదలాదవినయవృత్తుడు । నీపదయుగులు గొల్చి
ముక్తి నేపున నిరులన్ । పాలించి బ్రోచితివి నీ । వే
పతియును గతియునగుచు వేం॥ ౩౬.

ఇలలో నాపద ముక్కులు । నలలిత సంపదల
నరచు జనులకు దెలియన్ । గలలన్ దోచుచు నుదు
ప్రుఖ । వెలయగగని బ్రోతువెవుడు వేం॥ ౩౭.

ఇహజన్మ సంచితాఘము । విహమందున నేసగంచి
ములవాశ్రితులన్ । మహిమాతిశయముల జేయుచు । ప
రాలించితివహి నగమున వేం॥ ౩౮.

శ్రీధవశౌరికలావగుచు । వేధలు మాన్పటకుజా
లేనియమిం కే । విధిజెల్లు శ్రీశనామము । విధుసోద
రమణధరణి వేం॥ ౩౯.

ఇందీవరసుందరముఖ । కుందార్చిత పాదకమల
గోవిందబృందా । నందితమునివందితగో । విందమంద
రాద్రిధరణ వేం॥ ౪౦.

తావకముఖకమలామో । దావహ ముదితాత్ములౌ
చు మానిశాభుల్ । భావిభవంబుల జెందరు । వేవిధము
యుత్తులైరి వేం॥ ౪౧.

దోషాచరనాశక్రియ । పోషకపాది ప్రాణి బుధ
జనముని నిర్మల । తోషాకృతి భాషావర । వేషమణిగణ

విభూష వెం॥ ౪౨.

ఘోరభవసాగరమునే । నేరుపుతో దాటుటకు
ను నిన్నాడగనా । ధారంబని నమ్మితినీ । వేరక్షించు
వలెనమ్ము వెం॥ ౪౩.

వేసటనొందకు నేనీ । దాసటమైబోధుననుచు
జాతులు మున్నే । జేసితివి వేరదవే । వేసరియున్నా
నని పుడు వెం॥ ౪౪.

నీకన్న దిక్కు మఱియే । లోకేశుఁడు గలఁడు జెప్ప
లోకాధ్యక్షా । నాకన్న ప్రియుఁడు నీవి । నేకభూపిలో
నగలదె వెం॥ ౪౫.

విధివశమున నుండఁడిక । వ్యర్థముగు ప్రారబ్ధము
లను వెలిగాబోవఁ । వ్యర్థపు బుద్ధే విడువనే । వ్య
ర్థగాని న్వేదం కేల వెం॥ ౪౬.

కలనాటి ధనమునిలగా । వలసినదరి దాచని వరివ
శమాననియా । దెలివిని ధనవాంఛలు విడి । వెలయ
గనినుగొలిచినాడ వెం॥ ౪౭.

బాలకులను పజ్జనటు । బాలోవగుచుదెంచునె
పుడు భావమునందుఁ । బాలుగపోషించుమిటుకై । ఏ
లుగ భావించవలయు వెం॥ ౪౮.

పాదార్ఘ్యపచారంబుల । పేర్మిశ్రోతి రాజంబు మి
గులప్రియవాక్యములఁ । నేడుంటాలో నగుమునినిఁ
వేమారు నుతించినాను వెం॥ ౪౯.

సర్వేశానందముననగడి। వేదప్యండఃటంచునిశ్చ
దేవినిరాకుర । చోద్యంబగునిరులోనగుదు।విద్య
వృదురాంతివజన వెం ॥ ౫౦.

నీచిత్తమిరనువేనే। మీచేయగలదిలేదుమీలోం
దగన । స్నేహాకష్టన జేసిననీ । నేచేయగవలయుఁ శ
రణు వెం ॥ ౫౧.

ఈ సమయంబునరన్నద । జేసిననీవేదనలకుచే
ర్చోదెవరుర । హానటలేకనుదదిలో । వేసట నెం
దదనుసమ్మి వెం ॥ ౫౨.

ధనికులను వేడజాలక । దిన మొక యుగము వలె
నేను వ్యథలనొందెనిపా। వనవాటుని న్నెనమ్మితి। వినునా
వాచుతియంబు వెం ॥ ౫౩.

ఎప్పుడు బోర్చెచెడవోయని । గొప్పగ నాఘుదిద
ంచుగాని యుంటినినా । తప్పులుచిత్తమునుంచక।
విప్పుడు నాచిక్కులెల్ల వెం ॥ ౫౪.

ఆపదలపెర్పెసౌఖ్యము। లోనునుందించుబిరుదు
నీదేయగనీ। శ్రీవేనమ్మగమరిప్రత। నీపతిగొలుదగ్ర
గబలెనె వెం ॥ ౫౫.

నీవేతల్లివితండ్రివి । నీవేబలవేల్పునాదునిరత్న గు
రుండా ,నీవేసత్యముసజమిది । నేవేలయగంబు ల
కుదు వెం ॥ ౫౬.

నీదాసుదాసదాసుని । మీదట రదుపారసంబు

దాయి గొల్చుచునా। మోహాత్మ జేయకున్నను। వేళా త్మక కేదడదిక్కు వెం॥ ౫౭.

నేరము గల్గిననను నీ। వారలలో నొకని గాఁగ వదినీ సేవల్ । నేరుపుమని నీభక్తుల। పేరుగ నియమించ దగదె వెం॥ ౫౮.

పిలచిన పలుకవు నీకీ। యలసత లేమయ్యె నాకు నా ధారముగా। కలకాలమెల్ల నమ్మితి। బలనత్ఫణిరాజ శయన వెం॥ ౫౯.

సరివారిలోన నేచలు। మరుదిరుగఁ టకోడి నిన్ను మదిలో వేఁడెద। కరుణించి శరులనొగుచు। వెర పకుమని గావరాద వెం॥ ౬౦.

ఏయెడ జూచిన మదివెడ। బాయక నీచరితమెల్ల పలు తెరగులనే। వ్రాయుచు జదువుచు నిరతము। వే యగుతుల భజన జేతు వేఁకట॥ ౬౧.

దయలేజెఁదుకు నాపై। వినయముతో త్రికరణ మున నిను గొల్చుచు నాశ్రియుడనై యన్యమెరుగక। వెయినోళ్ల నుతింతుగదర వేఁకట॥ ౬౨.

శ్రీలోలనన్ను చేకొని। మేలొందగ జేయుమనుచు మృదుతరముగ నే। బాలకుడులో వేడిన। వీలా విడనా డనన్ను వెంకట॥ ౬౩.

శృంగారమొప్పనలవేల్ । మంగావరవర మెసం గినన్యుఁడగాన। స్వంగీకరించ యేలర। వెఁగలిననిద

లభిస్థైన వెంకట॥ ౬౪.

శుభ దాయకుండవీవని । యశుభయమ్రుడవనిని న్నునభినుతులొనర్చన్ । ఇభరాజవరదవేడితి । విభవానులొసంగిరేలు వెంకట॥ ౬౫.

తెన్నగబ్రోవ్రుచుటంచును- మన్నన చేవేడనీదుమనసొప్పకనన్ । కన్నెడజేసినవిడువను । వెన్నయిరిన్నట్టులౌన వెంకట॥ ౬౬.

కొంచకనికనైనానన్ । వంచనసేయుటలుమానవలదాయికన । న్నంచితమతినేలుమునే । యించెదనీపదయుగంబు వెంకట॥ ౬౭.

పోషించకున్న మరినన్ । పోషించే వాకలేవరుభువిలోపలనిన్ । భూషించదానువశమా । వేషంబులిశేలచాలు వెంకట॥ ౬౮.

శరణుననుబ్రోవుమనిని । న్మరిమరివేడంగనీదుమనసింతైనన్ । గరుగకుకిలయయ్యొనియిక । వెరచెదనాని న్నుదూర వెంకట॥ ౬౯.

అనయము మనమున నీపద । వనజంబులె గతియటంచు వడినివ్వేడన్ । కనికరము లేక నామొర । వినకుండుట నాయమట వెంకట॥ ౭౦.

వంచన జేసినదంతయు । నంచితమైయుండు నీకు నటకయమెదలో । నుంచకు నిజముగగొనికా । యింమయు నీచిత్తమందు వెంకట॥ ౭౧.

వెయ్యార్లు మాటలేటికి। నెయ్యంబునసిన్ను వేడి నే
నుపుయారన్।తియ్యాలించగపనమికి। పయ్యంబవట
య్యనాకు వెంకట॥ ౭౨-

సయ్యాటలేలనాతో। పయ్యారములికనువాలువ
నునన్నకున్। ఇయ్యెడ సుదతులు పదియా। ర్వేయ
న్నినమందు)లేర వెంకట। ౭౩-

కల కాలమెల్ల నిను నే। నలలితమతి గొల్వనాకు
నావెనకళ్ళనీ। కులగోత్రము దెలియగన। న్నాలిమాచు
టగకళ్ళ గాక వెంకట॥ ౭౪-

నా కెకునిష్కా మరిని। ష్యూరవు ముటను నే కటూ
త్సుడననినా। నేరములెంచ దలంచిన। వేరే వినుతించ నే
ల వెంకట॥ ౭౫-

కంటిని నీరూపము కను। గొంటిని నీపీటగల్గు గో
పురములే। దంటిని నీ సరి దైవము। వింటిని నీ చరిత మె
ల్లి వెంకట॥ ౭౬-

మాౖరాత్ముడననినాదగు। నేరంబుల నెల్ల వెదకి నే
యగనన్నున్। దూరంబు సేయ జూచిన। వేరేదిక్కేగి
నాకు వెంకట॥ ౭౭-

వడలుప్ప పాపకంబులు। నెడపక భుజియింప నే
ర్పిరయ్యె పరినన్నున్। విడచిన విడచెద నేనిను। వెడమాట
లవాడగాను వెంకట॥ ౭౮-

ఎచ్చటికేగిన నైనను। ముచ్చట చేసీకువదనెనను

పరనదసచురా। ఇచ్చకములెన్నొ బలికిన। వెచ్చవి దలుగ
న్యాయైనవెంకట. ౧౯-

ఇత్తరినాచరితంబును। కొత్తగవినుపించ నేలగా
బ్బునసేసి। చిత్తముకల్ జలజేయగచిత్తము గలతయ్య
నాకు వెంకట॥౨౦.

ఇచ్చకములాడనెన్నడు। మచ్చికమీరంగనాదురు
దిలోనెపుడున్। నచ్చినభక్తినిగొలచుచు। విచ్చలవిడి
సేవజేతువెంకట॥౨౧.

చిన్నగళయబానినునే। చిన్నతనమునుండి గొల్చి
సేవించితినగా। కన్నెడసేయగనీమది। విన్నదనముదో
చదయ్యవెంకట॥౨౨.

ఘటనాఘటనసమర్థుడ। చటనన్నిక గావవలదవ
చజౌదరన। న్నలుమటలు సేయనీకీ। వెటకారముకే
లనయ్యవెంకట॥౨౩.

నిరతము శ్రీరతను బిరు। దరుదారగా జగములో
ననల్లుకొనెనుసీ। బిరుదెంత సత్యమోనా। వెరపుడుగ
జాలదయ్యవెంకట॥ ౨౪.

ఒడయుడవీవనిమదిలో। తడబాటించుకయు లేక
తర్కించ సేయన్। వెడచూటయ్యనుసన్నా। విడనా
డిటువేరుసేయవెంకట॥౨౫.

కలకాలమెల్ల నీవే। నలవడ నాదైవమనుచునాత్మ
నునిలచితిగా। తలచుచుబిలచినపలుకవు। వెలయ విగ

జేసితే మొ వెంకట॥౭౬.

ఏదీనీదయనాపై। రాదెంతకు నేరమేమిరా శ్రీర
మణా।నీదాసుండనుగానా। వేదాంత విహార విభుని
వెంకట ౭౭.

పంతములిక చాలించుము। తంతుల బడనీక నన్ను
రక్షించియునా। చింతలనెల్లను ద్రోలుచు। చింతగబో
వంగరాద వెంకట॥౭౮.

వేగిలంబెట్టక ననుస। మ్మతితోడ చనీరులా గంగి
మహాత్ముగా।నతిక్ష్య పజే యుగసంఘా। విఠమునినీడు
దిదలంచు వెంకట॥౭౯.

అటమట లేటికి నాపై। కటకట నీకరుణ రాదు కటి
ష్టుడవై। కటుదూర్గమె మదినూవిన। వెటకారముల
సగదర వెంకట॥౮౦.

కానీరా నాసామీ। యేసూరులు సూరిరైనని
ష్ఠుగమరలక। నే నీదయనొందదనువ। నీనుండను
గానునమ్ము వెంకట॥౮౧.

కొన్నాళ్ళు నన్ను చేకొని। మున్నెన్నొ కనుతిలో
నగి మోదితుని గాజే।నిన్నాళ్ళక కనుమొరగుట। మి
న్నానమట యున్న నీకు వెంకట॥౮౨.

అడియాసల కొడయడగా। కడు దుష్కరమైన
యట్టి కష్టములను నీ। విడి నన్నుకొంచునాడిన। విడు
వకనిన్నెలము నేల వెంకట॥౮౩.

పాతకజనస్తుడననినా । కామితములు వృథలు చేసి
గారడమునసా । నేమరులదలచలేనియయ్యా । వేమరుని
న్నే మనందు వెంకట ॥ ౧౪.

ఆనయుండిబల్కెదనునా । మానసికమునందునిన్ను
మరువకనెపుడున్ । ధ్యానము సేయుచుగొల్తున । పి
నవుక్రుపనింపిబోవు వెంకట ॥ ౧౫.

చింతములేలనిపలుమారు । మంతనమున వేడనీ
డ మనసింతైనన్ । శాంతింబొందదుగదనీ । వెంతో
ఘనుడౌటనేమి వెంకట ॥ ౧౬.

ఎందుకుమరపెందుకువ । న్నందరిలోమందు కామి
తార్థునిచేయన్ । కందువలేనీకిపుగో । విందుడనాగుం
దునన్న వెంకట ॥ ౧౭.

చాలును మరి చాలును నీ । పాలబడుట నేనుని ద
పాలుకళ్ళిగో । పాలా శ్రీలోలాయిది । పీలాకరుణాలవా
ల వెంకట ॥ ౧౮.

మనపెవనిబోవుమని నే । ననుదినమును కోరివేడసా
లించవునీ । కనువయ్యే నేమునామొర । వినబడదే చెవుల
నిండ వెంకట ॥ ౧౯.

లేవా నాపాలిటనిధి । కా వానాయిష్టవేల్పు కామి
తుల నీ । వీవా నాదరిరావా । వేవేలవరంబులీవ వెంక
౨౦.

· ··నాసు సీ హృదయాయు । గా ోలునుడుణిపు

యుంబు గాదేనియు నీ। డాటెల్ల జూచెదనునీ। ఏభో
లగరమ్మువరము వెంకట ॥ ౧౦౧.

నగధరుండవగుచునిన్ని। జగమంతయు నుడివెగా
నజగటికకర్పూరం। బగమయ్యె దాని బూనుట। వెగటుగ
కఠినుడవుగావె వెంకట ॥ ౧౦౨.

వనచెడి పరిపరివిధముల। రసయుక్తులనిన్న వేం
డరక్షించుటకున్ । అసమాన తేజనీకి। విసపేమిర
లక్ష్మీరమణ వెంకట ॥ ౧౦౩.

దైవంబవనుచు నినునే। భావంబున నూదుకొల్పి పవి
త్యమంచుండు। సేవించుచున్నవాండను। వేవేగథ
రించవరమ్ము వెంకట ॥ ౧౦౪.

ఏదయ్యా నాపైదయ। రాదయ్యా నీవు కరుణ రా
నందుకుడో। వేదయ్యా బ్రోవగనీ। వేదైవంబవుగద
య్యా వెంకట ॥ ౧౦౫.

లేరా జగములుబ్రోచే। వారీవిధి శ్రీగజగాలివరియిం
చకజే। సేరావించనమరినీ। వేరా ననుబ్రోవ గతి
యు వెంకట ॥ ౧౦౬.

కారణము లేకనన్నిటు। గారియ పెట్టంగనీకుగలఫ
లమేరా। నారసలోచననీమది। వేరుగననుదలచద
గవె వెంకట ॥ ౧౦౭.

ఏరా యిటు రారానీ। పేరాయథ యస్తమిపుడు
చేసిచినేరం। చేరా నుకుమారానే। చేరా నాదరికిరా

ర వేంకటరమణా || ౧౦౮.

అష్టోత్తరశతంబులు । లిష్టార్థములొసఁగ నీకు నిచ్చి । నన్నున్ । తుష్టాత్ము జేసి బ్రోవవె । విష్టాధిపవినుత చరణ వేంకటరమణా || ౧౦౯.

మంగళము మంగళాకర । రంగుగ నీ కంకితముగ రచియించినయీ । లింగము వేంకటదాసుని । వేంగలికబ్బుకుల బ్రోవు వేంకటరమణా || ౧౧౦.

సంపూర్ణము.

శ్రీ అలమేల్మంగా సహితం.

శ్రీ వేంకటేశ్వరార్పణమస్తు

www.ingramcontent.com/pod-product-compliance
Lightning Source LLC
LaVergne TN
LVHW020044220825
819277LV00003B/28
* 9 7 8 1 0 2 3 9 9 2 7 5 6 *